அப்பாவின் நண்பர்

அப்பாவின் நண்பர்

கே.ஸ்டாலின்

டிஸ்கவரி புக் பேலஸ்

#6, மஹாவீர் காம்ப்ளெக்ஸ், முனுசாமி சாலை,
(பாண்டிச்சேரி கெஸ்ட் ஹவுஸ் அருகில்)
கே.கே.நகர் மேற்கு, சென்னை - 600 078.
பேச : 044 48557525, +91 87545 07070

அப்பாவின் நண்பர் (கவிதைகள்)
ஆசிரியர்: கே.ஸ்டாலின்©
Appaavin Nanbar (Poems)
Author: K.Stalin©

First Edition : October, 2020
ISBN : 978-93-89857-26-2
Pages : 88

பின்னட்டை புகைப்படம் : கண்டராதித்தன்
வடிவமைப்பு : நெகிழன்,

Published by :
DISCOVERY BOOK PALACE PVT LTD
6, Mahaveer Complex, Munusamy Salai,
K.K.Nagar West, Chennai - 600 078.
Mobile: +91 87545 07070
E-mail: **discoverybookpalace@gmail.com**,
Website: **www.discoverybookpalace.com**

Rs. 100

இந்த நூலில் பிரசுரமாகியுள்ள எந்த ஒரு பகுதியையும் பதிப்பாளரின் எழுத்துபூர்வமான முன்அனுமதி பெறாமல் எடுத்தாள்வதோ, மறுபிரசுரம் செய்வதோ, மொழியாக்கம் செய்வதோ, அச்சு மற்றும் மின்னணு ஊடகங்களில் மறுபதிப்பு செய்வதோ, காப்புரிமைச் சட்டப்படி தடை செய்யப்பட்டுள்ளது. இந்த நூலிலிருந்து குறிப்பிட்ட பகுதிகளை மேற்கோள்காட்டி புத்தக விமர்சனம் செய்ய, ஊடகங்களுக்கு மட்டும் அனுமதி உண்டு.

உங்கள் மொபைல் போனில் ஸ்கேன் செய்து டிஸ்கவரி புக் பேலஸின் மொபைல் ஆப்பை டவுன்லோடு செய்து, புத்தகங்களை வாங்குங்கள்.

கே.ஸ்டாலின் *(1972)*

விழுப்புரம் மாவட்டத்தில், திருவரங்கம் என்ற கிராமத்தில் பிறந்து, அதன் அருகில் உள்ள கள்ளிப்பாடி என்ற கிராமத்தில் வசித்து வருகிறார்.

பெற்றோர் : டாக்டர் ஆர்.கண்ணன் - நாகவேணி,
மனைவி: அ.கல்பனா
குழந்தைகள்: தூரிகை, ஓவியா, கவின்.

கணிதத்தில் முதுகலை பட்டம் பெற்றுள்ள இவர், தற்போது மணலூர்ப்பேட்டை - அரசு ஆண்கள் மேல்நிலைப் பள்ளியில் முதுகலை பட்டதாரி ஆசிரியராகப் பணிபுரிந்து வருகிறார்.

முகவரி:
கே.ஸ்டாலின்
கள்ளிப்பாடி, திருவரங்கம் அஞ்சல்,
சங்கராபுரம் வட்டம், கள்ளக்குறிச்சி மாவட்டம்.
9865075119, kstalinkallipadi@gmail.com

முந்தைய தொகுப்புகள்:

1. பயணவழிக் குறிப்புகள் *(2001)*
   (தமிழ்நாடு கலை இலக்கியப் பெருமன்ற விருது - 2000. கையெழுத்துப் பிரதியிலேயே பெற்றது)
2. பாழ்மண்டபமொன்றின் வரைபடம் *(2009)*
   (செந்தமிழ் அறக்கட்டளை விருது 2010, மணப்பாறை)
3. வனமிழந்த கதை *(2014)*
4. அன்று அதிசயமாய் மஞ்சள் வெயில் காய்ந்தது
   - க.எழில் (தொகுப்பாளர்) 2013.

சமர்ப்பணம்

எப்பொழுதும் என்னுடன் இணைந்திருக்கும்
சகோதரன்
க.எழிலின் நினைவுகளுக்கு

இறந்தவர்களின் இன்மையை கிளர்த்தும் மயிலிறகு

மரணம் ஒரு கலை,
மற்ற எல்லாவற்றையும்போல!

— சில்வியா பிளாத்

நீண்ட நாள் கழித்து சந்தித்த நண்பர் ஒருவர், எடுத்த எடுப்பிலேயே இப்படித் தொடங்கினார், 'கவனிச்சியா... தியாகு இறக்கிறதுக்கு சில நாட்கள் முன்னாடி மரணத்தைப் பற்றிய பதிவு போட்டிருந்தார். இதேபோல...' என்று உதாரணங்களை அடுக்கிக்கொண்டே சென்றார். ஆமோதிப்பதுபோல அவரை பார்த்துக்கொண்டிருந்தேன். இறப்பதற்கு முன்வரை 'கண்ணன் வந்துட்டானா?' என்று வினாவிக்கொண்டிருந்த வேலு அண்ணன் ஒரு கணம் நினைவில் வந்துபோனார்.

மரணத்தைப் பற்றிய நினைவுகளும் எழுத்துகளும் விட்டேத்தியான மனநிலையைத் தருவது என்பதை நாம் எல்லாருமே உணர்ந்து இருக்கிறோம். தஸ்தயேவ்ஸ்கி, விக்டர் ஹ்யூகோ, நகுலன், கோபி கிருஷ்ணன் போன்றவர்களின் எழுத்துகளில்கூட இதை என்னால் உணர முடிந்திருக்கிறது.

அது என்னவோ, எப்போதுமே மரண நினைவுகள், நம்மைச் சுற்றியும் இறுதி யாத்திரையில் தூவப்படும் சாமந்தியின் வாசனையைத் தந்து விடுகிறது. வேறு எங்கேனும் சாமந்தியை நுகரும்போதும் மரண நினைவுகள் கவிந்துகொள்கின்றன. மரணித்தவர்கள் இன்றைய வாழ்தலை அர்த்தப்படுத்துகிறார்களா என்று தெரியவில்லை. இப்படியாகவே, மரணம் பற்றி இல்லாமல் மரணித்தவர்களின் இன்மை பற்றியும் நினைவுகள் பற்றியும் மயிலிறகின் தீண்டலைப்போல கவிதைகளாக நிறைந்திருக்கிறது, கே.ஸ்டாலினின் 'அப்பாவின் நண்பர்' தொகுப்பு.

மரணித்தவர்கள் உலாவிய சாலை, ஆற்றங்கரை, கோயில், திரையரங்கு, கடைவாசல் போன்ற பொது இடங்களில் அவர்களின் இன்மை பற்றியும், அவர்களின் தனித்த செயல்பாடுகள், நண்பர்கள், உறவுகள், பிடித்த உணவு, பாடல், உடை, நிறம், வாசனை, உணர்வு, போக்கு குறித்தும் கவிதை என்னும் சட்டகத்துக்குள் அடக்க நினைக்கிறார் ஸ்டாலின். ஆனால், சட்டகத்துக்குள், இறந்தவர்கள் பட்டாம்பூச்சியாய் படபடக்கிறர்கள்.

'அப்பாவின் நண்பர்' என்ற கவிதையில், இறந்துபோன அப்பாவின் நண்பரும் இவரும் தற்செயலாகப் பார்த்துக் கொள்கிறார்கள். இருவரும் பேசிக்கொள்ளவில்லை. இருவருக்குள்ளும் இருக்கும் அப்பா, கை குலுக்குவதாக காட்சியை ஏற்படுத்தித் தருகிறார். இந்தக் காட்சி நமக்குள் விந்தையான அனுபவத்தைத் தருகிறது. 'மாயபிம்பம்' கவிதையில், சாவுவீட்டில் இருக்கும் கண்ணாடி வழியாக இறந்தவனின் பிம்பம் கடந்து செல்வதையும் சொல்லுகிறார். தொகுப்பில் இந்தக் கவிதையைக் கடக்க எனக்குப் பலமணிநேரம் பிடித்தது. அமானுஷ்யாமான வெளிப்புறத்தில் தந்தாலும், பல மன உள் அடுக்குகளை இது கலைத்துப்போட்டது. 'கிம் கி - டக்' (Kim ki - duk) திரைப்படங்களில் அநியாயத்துக்கு துர்மரணங்கள் சம்பவிக்கும். இது பற்றி ஸ்டாலினிடம் கேள்வி எழுப்பும்போது, அவர் சொன்ன பதில், 'மரணத்தைக் கொண்டாடுவதன் மூலம், இன்றைய வாழ்தலின் உன்னதங்களைப் போற்ற, பாதுகாக்க, துளித்துளியாக ரசித்து வாழவைக்க முயற்சிக்கிறேன்' என்றார்.

ஒருவிதத்தில், இந்தத் தொகுப்பில் இருக்கும் அநேக கவிதைகள், இறந்தவர்களின் இன்மையைப் பேசுவதன் வாயிலாக இருப்பவர்களை நேசிக்கவும், இருக்கும் வரை நாம் பிறருடன் நேசத்துடன் இருக்க முயற்சிக்கவும் வைக்கிறது என்று நினைக்கிறேன்.

நகர வாழ்வு, என்னை என்ன செய்தது என்று கேட்டால், 'இந்தத் தொகுப்பில் உள்ள 'ஞாயிறன்று இறந்தவன்' என்ற கவிதையைப் படித்து முடிக்கும்போது குற்றவுணர்வுக்கு உள்ளானேன்' என்று தயக்கமில்லாமல் சொல்வேன். எந்த ஒரு படைப்பு நமக்குள் இருக்கும் குற்றவுணர்வைத் தூண்டுகிறதோ அந்தப் படைப்பை நான் போற்றுவேன். இந்தத் தொகுப்பில் எனக்கு மிகவும் பிடித்த கவிதை இது.

‘2019-20 புதிய கல்விக் கொள்கை’ எவ்வளவு விமர்சனங்களைச் சந்தித்தது என்று நாமறிவோம். இதனின் அடிப்படையான கல்வித் திட்டத்தை வகுத்த மாண்புமிகு மெக்காலே மீதான ‘வாஞ்சையை’ அழகாக வெளிப்படுத்தும் கவிதையை தொகுப்பின் முதல் கவிதையாக வைத்தது காலத்தின் அவசியமென நான் கருதுகிறேன். அதுவும், தான் சார்ந்த துறையின் மீது இப்படி ஒரு துணிச்சலான விமர்சனத்தை கவிதையாக எழுதிய கவித்திமிருக்கு செவ்வணக்கத்தைத் தந்தே ஆகவேண்டும்.

இதுபோலவே, அதிகாரத்துக்கு எதிராக பெரும் ஆயுதங்கள் வேண்டாம், ‘காலி குடமே போதும்’ என்ற கவிதையையும் குறிப்பிட்டுச் சொல்லலாம். தன்னுடைய எதிர் அரசியல் கருத்துகளை, இந்த மாதிரியான ‘டெம்போ’விலேயே தொகுப்பு முழுக்கவே கவிஞர் பேசுகிறார்.

‘நிழலோவியம்’ கவிதை மரங்களற்ற வறட்சியின் வெக்கையை அப்படியே முகத்தில் அப்புகிறது. பறவைகளின் ஓவியத்தை வரைந்து பார்க்கும் அந்தக் காய்ந்த மரம், ஒரு காலத்தில் பெரும் வனத்தின் ஒரு மரமாக இருந்திருக்கக்கூடும். அது தன்னுடைய பின்தங்கிய நினைவுகளை, அசை போடுவதை, நுணுக்கமாக விவரிப்பதை நாம் விளங்கிக்கொண்டால், இதன் காரணமான காடு அழித்த, அழிக்கும் அரசியலையும் நாம் உணர்ந்துகொள்ள முடியும்.

தேர்வறையின் பதட்ட உடல்மொழியின் வெளிப்பாடுகளை அப்படியே படம்பிடித்துக் காட்டும் ‘தேர்வறை எனும் சாரட் வண்டி’ என்ற கவிதை அந்தப் பதற்றத்துக்குள் இருக்கும் அழகியலை நமக்குக் கடத்திச் செல்கிறது. ஸ்டாலின் தந்த முந்தைய தொகுப்பில் வரும் பள்ளிச் சிறுவர் சிறுமியர்கள் இதிலும் வருகிறார்கள், தவறவிட்ட கடைசிப் பேருந்து பற்றிய கவிதையும் இந்தத் தொகுப்பில் கிடைக்கிறது.

மேலும்,தொலைதூர விடுதியொன்றிலிருந்து மாதவிலக்கின் வலியை பகிரும் மகளை ஆற்றுப்படுத்த முடியாமல் தவிக்கும் பெற்றோரின் மனதையும், மிதிவண்டி பழகிக்கொண்டிருக்கும் சிறுவனின் இழப்பைச் சரிசெய்யச் சொல்லும் குழந்தைமையையும்,

அன்பின் இணையாக அளிக்கப்பட்ட சூரியகாந்திப்பூ அளித்தவரின் பெயர் சொல்லும் அகாலத்தின் வினோதத்தையும், பழைய சிநேகிதிகள் நொடி நேரத்தில் சந்தித்துப் பிரியும் அபூர்வ கணத்தையும் கவிதையாக ஆக்கம் செய்து இருக்கிறார், ஸ்டாலின்.

தொகுப்பு முழுக்க வாசித்து முடித்த பிறகு எனக்குத் தோன்றியது இதுவே:

மந்திரத்தால் மாம்பழத்தை வரவழைக்கவில்லை, இவரின் கவிதைகள். ஆனால், அந்தப் பழத்தைப் பத்திரப்படுத்தும் அரிசிப் பானையிலிருந்து வெளிவரும் சுகந்தத்தை தந்துவிட்டுப் போகிறது. சாயங்களும் பூச்சுகளுமற்ற காட்சிகளையும், வண்ணங்களற்ற கனவுகளையும் விரித்துச் சொல்லும் ஸ்டாலின், ஏதேனும் ஒரு வரியில் அல்லது சொல்லில் முழுவதுமாக கவித்தன்மையை ஏற்றி விடுகிறார். அந்த வரியோ சொல்லோ, ஒரு மாயக்கண்ணாடி போல மேலும் கீழுமாக அசைந்து மொத்தக் காட்சிகளையும் மாற்றிப் போடுகிறது. அவரவருக்கு அந்த வரியும் சொல்லும் மாறலாம்.

கே.ஸ்டாலின், மனிதர்களின் முக்கியத்துவத்தை அவர்களின் இன்மை வழியாகவும், இயற்கை வளங்களை அதனின் குறை பாடுகளின் வழியாகவும், தன்னுடைய கவிதைகளில் அவரின் இயல்புபோலவே மென்மையாக வெளிப்படுத்துகிறார். இதனை உரக்கச் சொல்லியிருக்கலாம் என்ற என்னுடைய எண்ணத்துடன், தொடர்ந்து எழுதிவரும் கவிஞருக்கு என்னுடைய வாழ்த்துகளையும் கைக்குலுக்களையும் வழங்குகிறேன்.

தோழமையுடன்,
வேல் கண்ணன்

வடியும் வன்மம்

வகுப்பினிடையே
சுண்டுவிரல் உயர்த்தி
அனுமதி பெற்றுச் சென்ற
ஆறாம் வகுப்புச் சிறுவன்
சத்துணவுக்கூடத்தின்
சுற்றுச்சுவர் அருகே
சமையல் வாசனையை சுகித்தபடி
சென்ற ஆண்டு மாணவர்கள்
கிழித்து எறிந்துவிட்டுப்போன
புத்தகம் ஒன்றின்
சிதைந்த அட்டைமீது
நின்றபடியே
'போய்'க்கொண்டிருக்கிறான்

பிடிக்காத பாடம்
பிடிக்காத ஆசிரியர்
பிடிக்காத பள்ளி என
அவனது வன்மம் வடிய வடிய

சிறுநீரில் ஊறித்
திளைத்தபடி கிடக்கிறார்
நமது மாண்புமிகு மெக்காலே.

நீ வசித்த ஊர்

நீ வசித்த ஊரைக் கடந்துகொண்டிருக்கிறேன்
திறந்திருக்கும் குருடனின் விழிகளென
வெறித்தபடியிருக்கிறது இக்கணம்.
என்றோ நீ ஊற்றிய ஒரு குவளை நீரில்
பருவங்கள் கடந்து
தழைத்திருக்கும் சிறு தாவரம்
இட வலமாய்
இன்று துளிர்த்த துளிரிலைகளில்
இரண்டு எனக்கானது.
உனது விரல்கள் விசிறிய நெல்மணிகளை
புசித்திருந்த இவ்வூர் கோயிலின்
மாடப்புறா ஒன்று
இன்று கூடடைகையில்
கீழிறங்கிய சிறகின் ஒலி
உனது பெயரின் மாத்திரை அளவுக்கேயானது
கோடையின் கானல் நீரோடும்
இவ்வூரின் படித்துறை
உனது பாதத்தின் ரேகைகளை
காற்றில் எழுதியபடியிருக்கிறது.
இவ்வூர் எல்லையின் குப்பை மேடொன்றில்
நீ உடுத்தி எறிந்துவிட்டுப்போன
பழந்துணியொன்று
காற்றில் படபடத்தபடி
நீயற்ற ஊரின்
நிர்வாணத்தை மறைத்தபடியிருக்கிறது
உனது நினைவென்னும் பிரம்மாண்டத்தை
அடக்கிட வல்லதல்ல
இச்சிற்றூரைக்
கடந்துகொண்டிருக்கும்
பேருந்தின் சின்னஞ்சிறு
ஜன்னல் சட்டகம்.

அப்பாவின் அழைப்பு

நடமாடும் தொலைபேசிகள்
அறிமுகமாகும் முன்னரே
இறந்துபோன அப்பா
நேற்றென் கனவில் தொலைபேசினார்
புகையிலைப்பொருட்களின் தடை பற்றி
அறிந்திராத அவர்
இரண்டு சிசர்ஸ் வாங்கி வரச் சொன்னார்.

வெளிநாட்டு ரகங்களும்
வெகு இயல்பாய் புழங்கும்
அரசு மதுபானக்கடைகள் குறித்து
அறிந்திராத அவர்
கால் பாட்டில்
நெப்போலியன்
கிடைக்குமா என்றார்.

நாய்களுக்கான பிரத்தியேக உணவுகளை
அறிந்திராத அவர்
தெரு முனை செட்டியார் கடையில்
டைகருக்கென ஒரு பாக்கெட் வரிக்கி
வாங்கி வர பணிக்கிறார்.

பின்னிரவு வரை அவருக்கு
கால் பிடித்துக்கொண்டே
அமர்ந்தபடியே
உறங்கிப்போகும் அம்மா
இப்போது சர்க்கரை நோயில் அவதிப்படுவதை
அறியாத அவர்
அம்மாவுக்குப்பிடித்த
தேனீர் பொட்டலம்
வேண்டும் என்கிறார்

அப்படியே
எனக்கு விருப்பமான
வாழ்ழச்சீப்பை
வாங்கிகொள்ளும்படி
சொல்லும்போதே
கனவு கலைந்து
இணைப்பு துண்டித்தது.
எப்போதும்
நான் உறங்கிய பின்னரே
வீடு வரும் நீங்கள்
எனக்குப் பிடித்த
வாழைப்பழங்களை
எனது தலையணையருகே
வைத்துச் செல்ல
பின்னாளில்
அம்மா சொன்னதுபோல
நான் பல்கூட துலக்காமல் உண்ண
அதை மட்டுமாவது
நீங்கள்தானப்பா
வாங்கிவரவேண்டுமென
அவரிடம் பதிலுரைக்க வேண்டும்

அதற்கென
நான்காம் தலைமுறையோ
ஐந்தாம் தலைமுறையோ
இறந்தவர்களுடன் இணைப்பை
ஏற்படுத்திக்கொடுக்கும்
நெட்வொர்க் எதுவென
விளம்பரம் வரும் வரையோ
இன்னொரு கனவில்
அவரே தொடர்பு கொள்ளும் வரையோ
நான் காத்திருக்கத்தான் வேண்டும்.

நிழலோவியம்

ஒரு பறவையும்
வந்தமரா நாளொன்றில்
நெடுஞ்சாலையோர
மரக்கிளையொன்று
சூரியனின் துணைகொண்டு
தகிக்கும் தார்ச்சாலைமீது
நொடிக்கொருதரம்
வரைந்து வரைந்து
அழித்துக்கொண்டிருக்கிறது
வெவ்வேறு பறவையின்
விதவிதமான நிழல்களை.

தவறிய நட்பு

உனது
தவறிய அழைப்பொன்றை
தாமதமாகவே
அலை பேசியில் காண நேர்ந்தது.
என் குறித்த தவறான சித்திரமொன்று
உன்னுள் எழுந்திருக்கக்கூடும்.
இப்போது எனது அழைப்பை
நிராகரிக்கிறாய்
ஆண்டுகள் கடந்த நட்பொன்றை
முறித்துக்கொள்ள
ஒரு அழைப்பும் மறுப்புமே
போதுமெனில்
தாமதமான பதில் கடிதங்களையும்
சுமந்து சென்று
நமது தந்தையர் கால நட்பைப்
பேணி வளர்த்த அஞ்சல் ஊழியர்கள்
ஆண்டவனுக்கு நிகரென்றே தோன்றுகிறது.
எனது கோரிக்கை ஒன்றே ஒன்று
யாரோ நினைப்பதாய் குற்றம் சுமத்தும்
உன் அன்னை முன்
உனது காலை உணவை
சற்று நிதானமாய் எடுத்துக்கொள்.
அக்கணம் தோன்றி மறையும்
உனது சினேக முகங்களில்
எனது முகமும் இருப்பதை
சற்றைக்கு முன் எனது பெயருடன்
ஒளிர்ந்து அணைந்த
அச்சிறு மின்னணு இயந்திரம் அறியாது.
அறிவியல் உண்மைகளுக்கு
அப்பாற்பட்டதுதானே
அன்பின் அளவீடுகள்.

கதைகளின் பாதை

சிறு நகரமொன்றையும்
உள்ளிருக்கும்
கிராமத்தையும் இணைக்கும் மண்பாதை
இருள் சூழும் அந்தியில்
கதைகளின் கால்தடங்களால் நிரம்புகிறது

சிறப்பு வகுப்பு முடித்துவரும்
பதின்பருவ பள்ளிச்சிறுவன்
தங்கைக்கான இலவச முட்டை
விழுந்துவிடாமலிருக்க ஒரு கையால்
கால் சட்டையைப் பிடித்துக்கொண்டு
ஓட்டமும் நடையுமாய்
வீடு நோக்கி விரைவது
இப்பாதையில்தான்

கணவனுடன் சண்டையிட்டு
தாய்வீடு செல்லும் பெண்
குழந்தையுடன் கண்ணீர்
சிந்திச்செல்வதும்
இப்பாதை வழியேதான்

தனது மந்தையை தவறவிட்டு
மருண்ட விழிகளுடன்
நாவல் மரத்தினடியில்
ஒரு இளங்கன்று செய்வதறியாது
நின்று கொண்டிருப்பதும்
இப்பாதையருகேதான்

தனது ஒளி சூழ்ந்த இருளில்
கருவேலமரத்தினடியில்
நிகழும் திருட்டுக் கலவியொன்றை
கண் கொட்டாமல்
பார்த்துக்கொண்டிருக்கும் நிலவு
தண்ணென காய்ந்துகொண்டிருப்பதும்
இதே மண்பாதையின் மேல்தான்.

வாசனை இரவு

மூடிய பூக்கடை முன்
நள்ளிரவில்
விலகிய ஆடைகளுடன்
உறக்கம் வராமல்
புரண்டுகொண்டிருக்கும்
பைத்தியம் ஒன்றுக்கு
மல்லி முல்லை சாமந்தி என
கதம்பத்தின் சுகந்தம் பூசிய
இரவொன்றை கையளிக்கும் உதிர்ந்த
இதழ்கள் காலையில்
கடவுளின் கருவறைக்குச் சென்ற
மாலையைக்காட்டிலும்
புனிதமாகிறது.

கே.ஸ்டாலின்

மாதவிலக்கு

ஒரு மாதத்தின் முடிவென்பது -
மனைவிக்கு எரிவாயு உருளை
தீர்ந்துபோகும் காலை.

முப்பது மாத்திரைகள்
அடங்கிய பட்டையில்
கடைசி மாத்திரை தீரும் இரவு
அம்மாவுக்கு
மாதத்தின் கடைசி இரவு.

வீட்டின் சுற்றுச்சுவர் அருகே
தினசரிகளை வினியோகிக்கும்
சிறுவனுக்கு
கணக்குத் தீர்ப்பது
அப்பாவுக்கானது.

பள்ளிக் கட்டணை
கடைசித் தேதியை
நினைவூட்டிச் செல்வான் மகன்.

தொலைதூர விடுதியொன்றில்
பயிலும் பதின்பருவ மகள்
வயிற்றுவலியின்றி
மூன்று நாட்களும்
கடந்து போனதாய்
அலைபேசும் அந்தியில்தான்
எனது சூரியன்
தனது முப்பதாவது
அஸ்தமனத்தை நிகழ்த்தி
எனது மாதமொன்றை
விலகச்செய்கிறான்.

பெயருந்து

அரிதாய் பேருந்துகள்
வந்துசெல்லும் பாதையது

அதையொட்டிய கிராமங்களில்
'கோபாலகிருஷ்ணன் போயிட்டானா?'
என்ற கேள்வி கேட்கப்படும்போது
காலை எனில் மணி எட்டு என்றும்
மதியம் எனில் மணி ஒன்று என்றும்
மாலை எனில் மணி ஏழு என்றும்
அறியப்படும்.

நாளொன்றுக்கு நான்கு முறை
நகர் சென்று மீளும்
'கோபாலகிருஷ்ணன் ரோட்வேஸ்' எனும்
அப்பேருந்து காலையில்
தனது நான்கு சக்கரங்களால்
தினசரிகளின் வழியே
உலகை உருட்டி வருகிறது

மதியத்தில் அழுத்தி ஒலிக்கப்படும்
அதன் காற்று ஒலிப்பான்
பள்ளிகளால் துரத்தப்பட்டு

தொலைவில்
கால்நடைகள் மேய்க்கும் சிறுவர்களின்
தூக்குச்சட்டிகளைத் திறக்கவைக்கிறது.

மாலையில் உரத்து ஒலிக்கவிடும்
கானாக்களால்
ஜவுளிக்கடைகளில் துணி கிழித்து
திரும்பிக்கொண்டிருக்கும்
கிராமத்து யுவதிகளின்
பணியழுத்தம் தணிக்கிறது.

தூரத்தில் துண்டை ஆட்டியபடி
ஒரே ஒரு பயணிக்காக
நிறுத்தி ஓட்டிச்செல்லும்
அதே ஓட்டுநர்தான்
பிரசவ வேதனையுறும் மகளிரை
அசுரவேகத்தில் சென்று
அரசு மருத்துவமனையில்
சேர்ப்பவரும்.

நன்றிக்கடனாய்
கோபாலகிருஷ்ணன் எனும் நாமத்துடன்
உலவும் சிறுவர்கள்
ஊருக்கு ஓரிருவர் இங்குண்டு.

கடைசி பஸ்சும் போய்விட்டதாய்
புரண்டு படுக்கும் கிராமத்தின்
எல்லையோர அய்யனாருக்கு
விபத்தின்றி கழிந்த
ஒவ்வொரு நாளையும்
சூடமென எரித்து
நகரும் பேருந்தில்

ஓடிச்சென்று ஏறும்
நடத்துனரை
சாலையோர புளியமர பொந்திலிருந்து
தனது ஒளிர்ந்துருளும் விழிகளால்
நித்தமும் வழியனுப்புகிறது
ஆந்தையொன்று.

விருப்பமான பாடலொன்றின்
இடையிசையிலிருந்து
மெல்ல முன்னேறி
முதல் வரியை
பிடிப்பதுபோலன்றி
வழிதவறிய கன்றுக்குட்டியை
தாய்ப்பசுவிடம் சேர்த்திட
வளைந்து நெளிந்த
பாதைகளில் பயணித்து
நெருங்கிடும் வேளை
தடையென வரும்
குறுக்குக் கோட்டின் முன்
திகைத்து நிற்கும்
சிறுவனின் நகரும்
பென்சில் முனையென
உன் மீதான வெறுப்பின்
எந்தவொரு இழையின்
தொடர்ச்சியும்
உனது பேரன்பின்
சாகரத்தில் முடிவதுகண்டு
திகைக்கிறேன்!

கே.ஸ்டாலின்

குடமுழுக்கின் குதூகலம்

காலியான குடத்தை
உனது கைகளால்
அள்ளி நிரப்பும்போதும்
நிரம்பிய குடத்தை
கைகளால் அளைந்து
தூக்கிச் செல்லும்போதும்
உனது விரல்கள் பட்டு
விலகிச்செல்லும் நதிநீரில்
கலந்திருப்பது ஒரு
குடமுழுக்குக்கு பின்பான
குதூகலம்.

நீ பின்னிவிட்டதாய்
எனது தங்கை சொன்ன அன்று முழுவதும்
அவளது முதுகில்
நிகழ்ந்துகொண்டிருந்தது
இடைவிடாததொரு
நாட்டியாஞ்சலி.

சூடியபடி நீ சுற்றி வருவதைப் பார்க்கும்
உனது விரல்கள் பட்ட
வெற்று காம்புகளில்
முகிழ்த்திருப்பது ஒரு
மோனலிசா புன்னகை.

பொட்டு எங்கடி என்ற
உனது அம்மாவின் கேள்விக்கு
சட்டென நடுவிரலை
நெற்றிக்கு மத்தியில்
வைத்துத் தொட்டுப்பார்க்கிறாய்
பொட்டென ஒரு கணம்
மின்னி மறைகிறது
அழகு மருதாணி
பிறையொன்று.

வெள்ளை மாவில்தான்
கோலம் போட்டு செல்கிறாய்
மிதிக்காமல் தாண்டி
செல்வோரின் மனங்களில்
உதிர்ந்துகொண்டிருக்கிறது
வண்ண தோகைகள்.

கே.ஸ்டாலின்

மாயபிம்பம்

சாவு நிகழ்ந்த வீட்டின்
சுவற்றில் பதித்திருக்கும்
சிறு கண்ணாடி வழியே
கடந்து போகிறவர்கள்
காணுறாவண்ணம்
தோன்றி மறைந்துகொண்டிருக்கிறது
இறந்து போனவனின்
பிம்பம்.

அவள் மகரந்தச்சேர்க்கை

தெருவோர சிறு புதரில்
மலர்ந்திருந்த ஊமத்தம்பூவை
எம்பிப்பறிக்கும்
பள்ளிச்சிறுமி முகத்தில் தெறிக்கும்
தனது உற்சாகத்தால் நிராகரிக்கப்பட்ட
பூக்களின் வரிசையிலிருந்து அதனை
சற்றே இடம் மாற்றி வைக்கிறாள்

ஒரு கையில் கவிழ்த்தபடி
பிடித்தோடிச் செல்லும் அவள்
வான் நோக்கி உலர
சபிக்கப்பட்ட அதற்கு
ஒரு முறை பூமி
தரிசனமளிக்கிறாள்.

அதன் காய் பூசிய
கசப்பு சுவையுடன்
நான் கடைசியாய்
பாலருந்திய தாயின் மடியை
மீட்டுத்தருகிறாள்.

விளையாடி சலித்தபின்
வீசிச்செல்லும் அவ்விடத்தில்
நிகழவிருப்பது ஒரு
அவள் மகரந்தச்சேர்க்கை

இவ்விதம்தான்
அஸ்தமனமாகிக்கொண்டிருக்கும்
இம்மாலையின்
உச்சியில் ஒரு ஊமத்தம்பூவைச் செருகி
உயிர்ப்பிக்கிறாள்.

கே.ஸ்டாலின்

அப்பாவின் நண்பர்

நீண்ட நாட்களுக்குப் பிறகு
அப்பாவின் நண்பரொருவரை
வழியில் சந்திக்க வாய்த்தது
அவரின் மகனாவென
அவரும் கேட்கவில்லை
இறந்து வருடங்களான
அப்பா குறித்து பகிர்ந்திட
என்னிடமும் எதுவுமில்லை
எனினும் -
எங்கள் கண்கள்
சந்தித்து மீண்ட
அச்சிறு கணத்தில்
எனக்குள்ளிருந்த அப்பாவும்
அவருக்குள்ளிருந்த அப்பாவும்
புன்னகைத்தபடி
கை குலுக்கிக்கொண்டதை
என்னைப்போலவே அவரும்
உணர்ந்திருக்கக்கூடும்.

வாழ்வெனும் ஈசல்

மழைக்கால முன்னிரவின்
பேருந்துநிலைய காத்திருப்பில்
காணக்கிடைத்தது
மின் விளக்குகளை சூழும்
ஈசல் கூட்டங்களை
பக்கத்தில்
புகைத்துக்கொண்டிருப்பவன்
பொருட்டில்லையென
பொரியுடன் தாத்தா
என்றோ கலந்து கொடுத்த
வறுத்த ஈசலின் மணம்
நாசி நிறைத்தது
ஒற்றை தீப்பந்தத்தால் கவரப்பட்டு
எங்களுக்கு உணவாகிப்போனதும்
இதோ இங்கே வாகனங்களின்
முகப்பு விளக்கில் மோதி நசுங்கி
மரித்துக்கொண்டிருக்கும்
ஈசலும் ஒரே ஈசல் அல்ல
மனம் இன்னமும்
ஈசல் குழியில் புதையுண்டிருக்க
அதன் இறகினும் மெல்லிய
இதயம் கொண்டு
நகர வாழ்வெனும்
காததூரத்தைக் கடக்க எத்தனிக்கும்
நானும் ஒரே நானல்ல
என்பதைப்போல.

தேர்வறை எனும் சாரட் வண்டி

வினாத்தாள்
வழங்கப்படும் முன்
வியர்வை கசியும்
உள்ளங்கைகளை
உதடுகளால்
ஊதி உலர்த்திக்கொள்ளும்
அவள் விழிகள் மூடி
இஷ்ட தெய்வமொன்றை
துணைக்கழைத்து
எழுதத்துவங்குகிறாள்.

மனனம் செய்து மறந்தவற்றை
தலையுயர்த்தி
விட்டத்திலிருந்து மீட்டெடுக்கிறாள்.

தவறென நினைத்ததை
அடிக்கும்போதெல்லாம்
தன்னையே நொந்துகொண்டு
எழுதுகோலின் பின் முனை
கடிக்கிறாள்.

மணியொலிக்கும்போதெல்லாம்
கை கடிகாரத்தை உற்று நோக்குகிறாள்.
இருபது பேருக்கு மத்தியில்
தனித்திருக்கும் அவள்

விடைத்தாளை
கையளிக்கும்போதே
மற்றவர் முகம் நோக்குகிறாள்.

இவ்விதம்தான் தனது
சின்னஞ்சிறு செய்கைகளால்
அறை கண்காணிப்பாளனாகிய
என்னை
ஒரு சாரட் வண்டியின் பின்னிருத்தி
சீருடையின் வண்ண ரிப்பன்கள்
காற்றில் பறக்க
மூன்று மணி நேரமாய்
தனது புரவியை
விரைந்து செலுத்துகிறாள்
தேவதையுரு கொண்ட அச்சிறுமி.

கசிந்தொழுகும் ஆற்றாமை

இறங்கி கை நனைக்கவும்
கால் நனைக்கவும்
பயனற்ற எங்கள் ஊர் ஆறு
இறந்தவர்களை
புதைக்கவும் எரிக்கவும்
மடி தந்து தன்
கழிவிரக்கம் தணிக்கிறது.

கங்கைக்கும் காசிக்கும்
போய் வர வக்கற்ற நாங்கள்
நேற்று எரித்த சடலத்தின்
சாம்பலையும் கொஞ்சம்
எலும்புகளையும் சிறு
கலையத்தில் சுமந்து
ஆற்றிலிருந்து கிணறுகள்
நோக்கி நடக்கிறோம்.

நாணல்களற்ற
ஆற்றின் கரைகளில்

மண்டிகிடக்கும்
கன்றுகள் தீண்டா
பார்த்தீனியத்தின்
அடர் பசுமை அத்தனை
குளிர்ச்சியாயில்லை.

நிசிகளில் மூடிய
நிலைக்கதவுகளை
மூர்க்கமுடன்
மோதித் திரும்புகிறது
ஆற்றின் ஓலமென
வறண்ட காற்று.

நேற்றைய பயணத்தில்
உங்கள் விழிகளில் விழுந்த
சிறு மணல் துகளொன்று
கசியவிட்டுக்கொண்டிருப்பது
யாவராலும் கைவிடப்பட்ட
ஆற்றின் ஆற்றாமை
என்றும் சொல்லலாம்தானே..?

இறைஞ்சுதல்

மழைக்கால அந்தியொன்றில்
கடந்துகொண்டிருக்கும்
சவ ஊர்வலத்தினிடையே
தொடுவானில்
அரிதாய் தோன்றும்
வானவில் ஒன்று
இறந்தவனின் கண்களை
ஒரு கணம்
ஒரேயொரு கணம்
திறந்து மூடும்படி
கேட்கிறது.

அண்மையும் தொலைவும்

சமயங்களில்
தூரத்தில்
இருப்பவர்கள் கூட
உன் சாயலில்
இருக்கிறார்கள்.
இப்போதெல்லாம்
அருகிலிருக்கும்
நீதான் நீயாய்
இருப்பதில்லை.

விபத்து

அது ஒரு சிறு விபத்துதான்
எனது இருசக்கர வாகனத்தின்
முகப்பு விளக்கு உடைந்தது.

அப்பாவின் சட்டையணிந்து
அக்காவின் விலையில்லா
மிதிவண்டியை பழகிக்கொண்டிருந்த
அச்சிறுவனுக்கு
பின் சக்கரத்தின்
ஐந்து கம்பிகள்
வளைந்து ஒடிந்தது.

எஞ்சிய பயணத்தில்
செப்பனிடும் செலவு குறித்து
நான் புலம்ப
கைகளில் ஏற்பட்ட
மென் சிராய்ப்பைத் தடவியபடி
மகள் சொன்னாள்
"அந்த அண்ணனுக்கும்
சைக்கிளை சரி பண்ண
காசு கொடுத்திருக்கலாம்பா"

நான் இன்னொரு முறை
விபத்துக்குள்ளானேன்.

சூழல் மயக்கம்

கொளுத்தும் வெய்யிலில்
உங்களுக்கு நேர் மேலாக
பறந்து செல்லும்
பறவையொன்று
தனது நிழலால்
உங்களின் உச்சந்தலையை
வருடிச்செல்லுமெனில்
நீங்கள் இருப்பது
ஒரு வனத்தினிடையில்.

உங்களின் நாற்சக்கர
வாகனத்தை மெதுவாக்கி
ஒரு பாம்பு பத்திரமாய்
சாலை கடக்க
அவகாசம் தருவீர்களெனில்
நீங்கள் காத்திருப்பது
நெளிந்தோடும் ஒரு
நதியின் கரையில்.

பூவின் மீது
புணர்ந்துகொண்டிருக்கும்
பட்டாம்பூச்சிகள் கண்டு
பறிப்பதை பாதியில் விடுத்து
வீடு திரும்புவீர்களெனில்
எக்காலமும் உங்கள் தோட்டம்
நந்தவனம் என்றே
அழைக்கப்படும்.

ஈன்ற பசுவின் உறுப்புகள் *
தொங்கிக்கொண்டிருக்கும்
ஆலமரத்தினடியில்
எந்தத் தயக்கமுமின்றி
இளைப்பாற அமர்வீர்களெனில்
இலைகளின் அசைவில்
நீங்கள் உணரக்கூடும்
நின்றபடியே மாநிலம் கடக்கும்
அடிமாடுகளின்
அவஸ்தையான சுவாசத்தை
ஆண்டின் முதல் மழை நாளில்
உடல் சீக்கு குறித்த
அச்சமின்றி
மொட்டை மாடியில்
முற்றாய் நனைந்திட
உங்கள் குழைந்தைகளை
அனுமதிப்பீர்களெனில்
ஆடை களைந்த அவர்களுக்கு
நீங்கள்
உடுத்திவிடுவது
ஒரு பருவத்தை.

---

*உறுப்பு - கன்று ஈன்ற பசுவினால் வெளியேற்றப்படும் கழிவு.

எதிர்பார்ப்பு

ஒவ்வொரு முறையும்
உனதன்பை
ஒளிரும்
வண்ணக் காகிதம்
சுற்றிய உயர் ரக
பரிசுப்பொருள்போலவே
என்னிடம் நீட்டுகிறாய்

எனது எதிர்பார்ப்பெல்லாம்
ஓர் ஆரம்ப வகுப்பு மாணவன்
அவசரத்தில் கிழித்த
அரிச்சுவடி தாளில்
ஊறிய ஊதா நிறம்
வெளியில் தெரிய
கசியும் வியர்வையுடன்
கசங்கிய உள்ளங்கைகளில்
நீ தரப்போகும்
உப்பு கலந்த சில
நாவற்பழங்கள் மட்டுமே.

உணர்வகம்

இறந்தவனோடு
என்றோ நீங்கள் சேர்ந்து
உணவருந்திய உணவகத்தினுள்
தற்செயலாகத்தான்
நுழைகிறீர்கள்.

நினைவுகள் பின்னோக்கி இழுக்க
குறிப்பாக
அதே இருக்கையை
தேர்ந்தெடுக்கிறீர்கள்.

செரிக்காத அவனது
நினைவுகளை நீங்கள்
விழுங்கிக்கொண்டிருக்க
பக்கத்தில் வந்தமரும் ஒருவர்
அவனுக்குப்பிடித்த
அதே உணவை
எடுத்துவரப் பணிக்கையில்
சட்டென இறந்தவனின்
சாயல் கொள்கிறார்.

கட்டணத்தைக் கொடுத்துவிட்டு
இப்போது
வெளியேறிக்கொண்டிருப்பது
நிச்சயமாக நீங்கள்
மட்டுமல்ல...

களைய மறுக்கும் ஆடை

இறந்தவன் என்றோ பரிசளித்த
ஆடையொன்றை அணிந்து செல்லும்
நாளொன்றில் அவனது
நினைவுகளால் நெய்யப்படுகிறோம்.

எல்லா வண்ணங்களின் மீதும்
கருமை பூசி
நமது அன்றைய சூரியனை
இருளச்செய்கிறான்.

பணிச்சுமைகளுக்கிடையே
துருத்திக்கொண்டு நிற்கும்
அவனது ஞாபகங்கள்
நமது அன்றைய நாளை
மேலும் இறுகச்செய்கிறது
அல்லது தளர்த்திவிடுகிறது

அவ்வாடையைக் களையும்
நாளின் இறுதியில்
அவனைச் சிதையிலிறக்கி
திரும்பிய மழைக்கால
அந்தியொன்றை மீட்டுத்தருகிறான்.

அன்றைய இரவில்
நமது போர்வைக்குள்
கதகதத்துக்கொண்டிருப்பது
நாம் அவ்வப்போது ஸ்பரிசித்த
அவனது உள்ளங்கைகளின்றி
வேறென்ன..?

சற்றைக்கு முன்தான்

சற்றைக்கு முன்தான்
உனது சாயலில்
எனையொருத்திக் கடந்தாள்.

எஞ்சிய எனது பயணத்தின்
வெளியெங்கும்
நிரம்பியது நின் நினைவு.

விடிந்த பொழுதின்
தொடுவானத்தில்
மேகங்களிடையே பிறையென
மிதந்துகொண்டிருப்பது
அழுக்கு நீங்கிய
உன் பெருவிரல் நகம்.

உறைந்த தார்ச்சாலையில்
காலைச்சூரியனின்
கரங்கள் பட்டு மின்னும்
கண்ணாடித்துண்டு
அவ்வப்போது

தோன்றி மறையும் உனது
தெற்றுப்பல்.
உதிர்ந்த காட்டுப்பூக்கள்
மணமென பரப்புவது
உயிர்வரை ஊடுறுவும்
உன் தேகத்தின் வாசனை.

வழிப்போக்கர்களை
ஆதுரமாய் தழுவிக்கொள்ளும்
அடர் மரத்தின் பெருநிழலென்பது
என்றைக்கும் வற்றாத உனதன்பு.

கடந்து சென்றது
நிச்சயம் நீயாகவே இருப்பின்
எதிர்திசையில்
எனது சாயலில் நீயும்
எனைக் கண்டிருக்கலாம்

உனது வெளியெங்கும்
நினைவுகளால் நான் நிரம்ப
இன்று நாம் பயணித்தது
திறந்துகொண்ட இறந்தகாலப்
பாதையொன்றின் மீதெனலாம்.

சொல் பொருள் பின் வரும் பொழுது

காலைப் பயணத்தினிடையே
அலைபேசிக்கு வந்த
அவசர அழைப்பொன்றை
இம்மரத்தின் அடியிலிருந்துதான் ஏற்றேன்.

எனது வழக்கமான
நலம் விசாரிப்புகளுக்கு
தாழ்ந்த கிளையொன்று
தலையசைத்தது.

அன்பு கூடி நான் உதிர்த்த
கனிந்த சொல் ஒன்றுக்கு
உச்சியில் பூ ஒன்று
இதழ் விரித்தது.

மென் நகைப்புக்கிடையேயான
எனது நகைச்சுவை ஒன்றுக்கு
பூக்கள் தாவி அமர்ந்த பட்டாம்பூச்சி ஒன்று
அயல் மகரந்தச்சேர்க்கைக்கு
அச்சாரமிட்டது.

எனது கோபமான வார்த்தை
ஒன்றுக்கு ஆழ்ந்துறங்கிய ஆந்தை ஒன்று
கண் விழித்து மூடியது.
இறுதியாக
நான் உரைத்த பொய்யொன்று
நிழலற்ற தார்ச்சாலையில்
நாள் முழுக்க துள்ளிக்கொண்டிருக்க
கூடடையும் சிறு பறவையொன்று
அதனை அலகுகளில் கவ்விச் சென்றது.

இருள் சூழும் இம்மாலையில்
எனது சொற்களைச் செரித்து
நிற்கும் அம்மரத்தினடியில்
அடர்ந்து படர்ந்திருப்பது
எனக்கும் அழைத்தவனுக்குமான
பிரிவின் தனிமை.

நித்தியமானவர்கள்

ஆறு ரன்களுக்காக
பந்தை மேலே தூக்கி பாண்ட்யா
வான் நோக்கும்
அச்சிறு கணத்தில்
தொலைக்காட்சியின் திரையில்
தோன்றி மறைவது
இளம் வயதில் பலாமரமொன்றில்
தூக்கிட்டு இறந்த
எங்கள் குழுவின் கஜேந்திரன்.

நேர் வகிடு முடிந்து
பின்னல் ஆரம்பிக்கும்
சரியான இடைவெளியில்
ஒற்றை ரோஜாவை சூடியிருக்கும்
முன் இருக்கை பெண்மணி
திரும்பி முகம் காட்டாதவரை
பிரசவத்தின்போது இறந்துபோன
எனது அத்தையேதான்.

அந்த வங்கியின் பணம்செலுத்தும்
அறை முன்பு கை நுழைக்கும்
சிறிய கம்பி சட்டகத்தின் வழியே
அவ்வப்போது குனிந்து
வாடிக்கையாளர்களுக்கு
பதிலுரைக்கும் அந்த யுவதிக்கு
அச்சு அசல் சில்க் ஸ்மிதாவின் கண்கள்.

உறவினர் வீடுகளில்
தோசைக்கு ரசம் ஊற்றி
சாப்பிடும் அனைவருமே
பால் பேதமின்றி
விபத்தில் இறந்த
எனது சகோதரனே.

கூட்டத்தினிடையில்
'மாமோய்... நீ எங்க இருக்க..?'
என்ற அழைப்பொலியுடன்
அலறும் தொலைபேசிகளை எடுக்க
தலையில் சுமந்திருக்கும் செங்கற்களை
அப்படியே போட்டுவிட்டு
தொலைவிலிருக்கும்
சட்டைப்பையை நோக்கி
ஓடி வருவது எங்கள் வீட்டில்
சித்தாளாயிருந்து
சென்ற மாதம் சிதையேறிய
முருகனேதான்.

இறந்தவர்கள் எல்லாரும்
இருந்து கொண்டேதான்
இருக்கிறார்கள்
எந்நேரமும் யார் வழியாகவேனும்
வெளிப்பட்டுவிடக்கூடிய
சாத்தியங்களுடன்

விழித்திருக்கும் இரவு

இந்நள்ளிரவில்
சோடியம் விளக்கொளியில்
தடித்த கம்பியொன்றை
சிறு சிறு கம்பிகளால்
இணைத்துக்
கட்டிக்கொண்டிருக்கிறான்
மேம்பாலத்தின்
கட்டிடத்தொழிலாளி.

பின்னாளில்
விழித்த இவனது இரவுகளை
நசுக்கி விரையும்
சொகுசுப் பேருந்தின்
நடு இருக்கையில்
இளையராஜாவின்
மென்னிசைக்கு
அன்னையின் மடியில்
ஆழ்ந்துறங்கும்
சிறு குழந்தையின்
மூடிய இமைகளில்
உறைந்திருக்கும்
இவனது இழந்த
இன்றைய உறக்கம்.

அப்பாவை உணர்தல்

மயங்கிச் சரியும் இவ்வந்தி
சிறுவனாக அப்பாவுக்கென
சிகரெட் வாங்கி வந்த
மாலையை நினைவூட்டுகிறது.
வெண்தாளில் சுற்றப்பட்ட
புகையிலைச் சுருள்களென

இன்றைய மதியம்
இம்மாலைக்குள் பொதிகிறது.
இன்னும் சற்று என்னை
நெருங்கி வருவீர்களெனில்
அன்றென் பிஞ்சு உள்ளங்கையின்
வியர்வைக் கசகசப்பில் ஊறிய
புகையிலையின் கார நெடியை
நீங்கள் உணரக்கூடும்.
இதோ தலைக்கு மேலே
நகர்ந்துகொண்டிருக்கும்
இவ்வெண் மேகம்
அப்பாவின் தொண்டைவழி
பிரசவமானதாயிருக்கலாம்.
அப்பாவுக்கென சிகரெட்டும்
மதுப்புட்டிகளும் வாங்கி வர
சபிக்கப்பட்ட சிறுவர்கள் வழியே
இன்றென் தந்தையை உணர்கிறேன்.

கே.ஸ்டாலின்

சாம்பல் இரவு

இறந்தவன் கனவில் வந்த பின்னிரவில்

அணைத்துறங்கும் மகளின்
இறுகிய கைகள் விலக்கி புரள
உச்சியில் சுழலும் மின் விசிறி
வாரியிறைத்துக்கொண்டிருப்பது
இறந்தவனின் மூச்சுக்காற்றை.

அந்தரங்க இருளில்
அவனுக்கு செய்யத் தவறியவற்றை
உங்கள் மனம்
பட்டியலிட
துரோகத்தின் படுக்கையில்
கிடத்தப்பட்டுள்ளதாய்
உணரும் வேளை
உங்கள் தலையணை

இறந்தவனின் மடியாகிறது.
இடுகாட்டிலிருந்து திரும்பும்போது
கடைசியாக
நீங்கள் தரிசித்த
அவனது சிதையின்
கடைசித் தழலொன்று
ஆரஞ்சு நிற மின்விளக்காய்
உங்கள் அறை நிறைக்கிறது.

அலைபேசியில் இன்னமும்
அழியாதிருக்கும் அவனது
தொடர்பு எண்ணைத் தேடி
அழைப்புக்கான பொத்தானை
அழுத்திவிட்டு காத்திருக்க
அணைத்து வைக்கப்பட்டுள்ளதாய்
அவனது குரலிலேயே
கணிணி பதிலளிக்குமாயின்
இந்நீண்ட இரவு உங்களுக்கு
இப்பொழுதே விடிந்துவிடக்கூடும்.

பெயரெச்சம்

குடியரசு தினத்தன்று
கூடவே கூட்டிவந்த
கோமதி டீச்சரின் செல்ல மகளின்
புரியாத சமஸ்கிருதப் பெயரை
சொல்ல முயற்சித்துத் தோற்ற
ஐந்தாம் வகுப்பு அஞ்சலை
அன்புடனே கொடுத்தனுப்பினாள்
பக்கத்து நிலத்திலிருந்து
காம்பு நீண்டதொரு
சூரியகாந்திப்பூவொன்றை.

உயர் ரக கம்பளிக்குள்
அயர்ந்துறங்கும் அச்சிறுமியினருகில்
மெல்ல
உதிர்ந்துகொண்டிருக்கும்
அப்பூவின் இதழ்கள்
அகாலத்தில் சொல்கின்றன
அஞ்சலை அஞ்சலையென.

அனாதை இரவு

நள்ளிரவில் மூடிய
கடைகளைக் கடக்கும்போது
நாசியை நெருடும்
கொசுவத்தியின் வாசனை
காவலுக்குப் படுத்திருக்கும்
வீடற்றவனின்
தனித்த இரவொன்றை
நம் மீது போர்த்திச் செல்கிறது.
விடிந்த பிறகும்
உதறி எழமுடிவதில்லை
அதன் கனத்த சரீரத்தை.

கர்வத்தின் பாதை

வளர்ந்த மகன் இயக்க
வயோதிக அன்னை
பின்னமர்ந்து செல்லும்
இருசக்கர வாகனங்கள்
இறக்கை முளைக்க
பயணிப்பது
கர்வத்தின் பாதையில்.

அரூப தோழமை

படிகளில் இறங்கிக்கொண்டிருப்பவளின்
தோள்களில் செல்லமாய் அடித்து
'ஏய்... எருமை! எங்கே?' என்கிறாள்
ஏறிக்கொண்டிருக்கும்
அந்த மத்திம வயதுப்பெண்.
இறங்கியவள் உரத்துச் சொல்லும் பதில்
நகரும் பேருந்தின் எதிர்காற்றில்
மெல்லக்கரைய
குனிந்து கையசைப்பவளின்
பூரித்தமுகம் இயல்பான பின்னும்
ஏறவும் முடியாமல்
இறங்கவும் முடியாமல்
படிகளில் பயணித்தபடியே வந்தது
அரூப தோழமையொன்று.

கோடை தரிசனம்

உதிர்ந்த பூக்களினிடத்தில்
முகிழ்க்கும்
மாம்பிஞ்சுகளில் அல்ல

பின்பனியின் அதிகாலையில்
உள்ளும் புறமும் குளிர்ந்து
சாலையோரம்
குவிந்து கிடக்கும்
தர்பூசணிகளிலுமல்ல

சீவிய பனங்காய்களை இணைத்து பருவமொன்றை
உருட்டிக்கொண்டோடும்
சிறுவர்களிடத்துமல்ல

உத்திரத்துக்கென
முருகன் கோவில் சூலங்களில்
செருகப்பட்டிருக்கும் எலுமிச்சைகளிலும் அல்ல

கானல் வரியோடும்
மதியநேர சாலையொன்றில்
பாதங்களில் சாக்குகளைச் சுற்றிய
சாலை போடும் தோழன்
ஒருவனின் கால்களுக்கடியில்

கதறியபடியிருக்கும் கோடையை
இப்போதுதான் தரிசித்தேன்.

கோடை எனும் மரணவாடை

கோடையின் வெம்மையில்
ஆவியாகிப்போவதில்லை
மரணத்தின் வாடை.

ஒரு விடுமுறையின்போது
பல மணி நேரம் பயணித்து
தடவிப்பார்த்த தற்கொலையுண்ட
நண்பனின் விரல்கள்
விடுதியின் கடைசிநாளில்
கட்டியணைத்து
விடை கொடுத்தது.

அழவும் அவகாசமின்றி
இறந்த இரண்டே மணி நேரத்தில்
தெருவெங்கும்
தண்ணீர் தெளித்து
ஊரே வழியனுப்ப
அவசரமாய் அடைக்கலமானார்
உத்திரத்தன்று இறந்துபோன மாமா.

நேற்றைய தினசரியில்
தண்ணீர் கேட்டுப் போராடியதாய் சொன்ன
மக்களில் இரண்டாவது வரிசையில்
மூன்றாவதாய்
இருந்தவருக்கு
மகன்களால் கைவிடப்பட்டு
சூழ்வார்க்கும் திருவிழாவில்
நெரிசலில் மூர்ச்சையாகி
இறந்த மாணிக்கம் பெரியப்பாவின் சாயல்.

உலர்ந்த காற்று உட்புக
ஆளுயரத்தில்
சாவு நிகழ்ந்த வீட்டின்
வாசலில் அலைவுறும்
மாலை வாங்கிவந்த
நெகிழிப்பையென
அலைவுறுகிறது
அகல மறுக்கும்
கோடையின் மரணங்கள்.

மரணத்தை அறிவித்தல்

தொலைவிலிருந்து கேட்கும்
மெல்லிய பறையோசை வழியோ
அல்லது
தொலைபேசி வழியோ
அறியப்படும் செய்தியாகவோ
அல்லாமல்
வாகனங்கள் விரையும்
நாற்சந்தியில்
காற்றில் அசைந்தாடும்
கண்ணீர் அஞ்சலி
பதாகையில் இருப்பவன்
தனது மரணத்தை தானே
உலகுக்கு அறிவிக்கிறான்.

அவன் சிரித்துக்கொண்டிருக்கும்
புகைப்படத்தை இதற்கென
தேர்ந்தெடுத்த
அவனது உறவினன்
கடந்து செல்வோருக்கெல்லாம்
இரக்கத்தின் இன்னொரு மிடறை
கூடுதலாய் அருந்தக் கொடுக்கிறான்.

கே.ஸ்டாலின்

சேகரமாகும் கோடை

பழைய புடவையொன்றில்
வேப்பம்பூக்களை
உதிர்த்துக்கொண்டிருக்கும்
அம்மூதாட்டி
பேரக்குழந்தைகளுக்காக
ஓராண்டுக்கான கோடையை
சேகரிக்கிறாள்.

கைப்பக்குவத்தில்
குழம்பென இக்கோடை
தொண்டைக்குள்
கசந்திறங்கும்
அடர் மழை நாளொன்றில்
அவர்கள் கூரையின்மீது
காய்ந்துகொண்டிருக்கும்
இன்றைய வெய்யில்.

விழியின் விழி

விற்காத மீன்களை
மீண்டும் கூடையில்
இட்டுக்கொண்டிருக்கிறான்
வியாபாரி.
கடைசியாய் அவனது
கைகளுக்குள் அகப்பட்ட
உனது விழியொன்றிலிருந்து
வெறித்துக்கொண்டிருக்கும்
விழியொன்று
கடந்துசெல்லும் என்னை
வாங்கிச்செல்லும்படி
இறைஞ்சுகிறது.

கே.ஸ்டாலின்

தாய்மையின் ரேகைகள்

விபத்தொன்றைக்
கண்ணுற்ற பிறகான
எஞ்சிய பயணத்தின் பாதை
முன்னொரு நாளில்
விபத்தில் இறந்தவனிடம்
அழைத்துச் செல்கிறது.

விபத்தொன்றை நிகழ்த்தும்
இரு வாகனங்களுக்கு
இடையேயான
மீச்சிறு தூரம் என்பது
இறந்தவனின்
ஆயுளின் நீளமென
அளக்கப்படுகிறது.

சுயநினைவு
தப்பிக்கொண்டிருப்பவனின்
உதிரம் நனைத்த தலையை
உள்ளங்கைகளில்
ஏந்திக்கொண்டிருக்கும்
வழிப்போக்கனுக்கு
தாய்மையின் ரேகைகள்.

இறந்தவன்
இறந்த செய்தியை
இறந்தவனின்
தொலைபேசி வழியே
வேறொரு குரலில்
அறிய நேரும் தருணங்கள்
இருண்ட பொழுதுகள்.

அவசர ஊர்தி
அள்ளிச்சென்ற பிறகு
சிதறிய உடைமைகளை
மெல்ல அசைத்துக்கொண்டிருக்கும்
நெடுஞ்சாலையோர காற்றில்
அலைந்துகொண்டிருக்கிறது
இன்று காலை
நேசத்திற்குரிய ஒருவரால்
விடையளிக்கப்பட்ட
'பத்திரம்' என்ற வார்த்தை!

ஞாயிறன்று இறந்தவன்

அதிகாலையிலேயே அந்த
நன் மரணச்செய்தி
உங்களை எட்டியபோதும்
தாமதமாய் எழுந்து நிதானமாய்
காலை சிற்றுண்டிக்குப் பின்னரே
புறப்படுகிறீர்கள்.

முகம் மழிப்பதையும் குளிப்பதையும்
வாய்ப்பெனக்கருதி
அந்திக்கு ஒத்தி வைக்கிறீர்கள்.

பூக்கடைகளற்ற கடைவீதி
இரண்டு வத்திப் பொட்டலங்களுடன்
உங்களின் அஞ்சலியை
சிக்கனமாக்கிவிடுகிறது.

பள்ளியிலிருந்து உங்கள் குழந்தைகள்
திரும்புவதற்குள்
சென்றுவிடவேண்டுமென்ற
பதற்றமின்றி
இறந்தவனின் மனைவிக்கும்
குழந்தைகளுக்குமான
உங்களின் ஆறுதலையும்
அனுதாபங்களையும்
சற்றே நீட்டிக்கிறீர்கள்.
இன்று மதியம் நீங்கள் விடுத்த
புலால் உணவையெண்ணி

ஒரு கணம் உங்களை
ஜீவகாருண்யராய்
உணர்கிறீர்கள்.
குளிகை கடக்கக் காத்திருக்கும்
பொழுதை தினசரியொன்றின்
இலவச இணைப்பின்
குறுக்கெழுத்துப் போட்டி
சுவாரஸ்யமாக்கிவிடுகிறது.

எந்தச் சிரமுமின்றி
துக்க தினமொன்றை
கடக்க உதவிய
ஞாயிறன்று இறந்த அவனை
இறுதியாக
போக்குவரத்து இடையூறின்றி
வெறிச்சோடிய வீதி வழியே
அனுப்பிவிட்டு திரும்புகிறீர்கள்.

எல்லாம் இயல்பு நிலைக்கு
திரும்பிக்கொண்டிருக்கும்
திங்களன்று காலை
அவனுக்கென காத்திருக்கும்
அவனது அலுவலக இருக்கையின்
வெறுமை மட்டும்
நீங்கள் உணராதது.

(சுஜாவுக்கு...)

அழகிய விபத்து

விபத்தொன்றை
நேரில் கண்ட சிறுவன்
அகன்ற விழிகளால்
அடுத்தவருக்கு
விவரிக்கையில்
மின்னி மறையும்
அதிர்ச்சியையும்
ஆச்சர்யத்தையும்
அடைந்துவிடுகிறது
உன்னைப் பற்றி
எழுதப்படும்
எல்லா கவிதைகளும்.

இல்லாத கவிதை

தகப்பனுடன் தனித்து
பயணிக்கும் சிறுமி
ஜன்னல் வழி மரங்களை
எண்ணத் தொடங்குகிறாள்.

ஒன்று இரண்டென
பதினெட்டு வரை வந்தவள்
பின்னோக்கி நகரும் மரங்களை
முன்னோக்கி எண்ணிச் செல்லும்
அபத்தத்தை உணர்ந்தவளாய்

நாக்கு கடித்து
பதினெட்டு பதினேழு என
பின்னோக்கி வந்தவள்
பூஜ்யத்துக்குப் பின்னும்

சீரான இடைவெளியில்
மைனஸ் ஒன்று மைனஸ் இரண்டு
என தொடர்ந்தவள்
மைனஸ் நாற்பத்தியெட்டைத்
தொடும் வேளை

முளைத்திராத மரமொன்றின்
இல்லாத நிழலினடியில்
அவளது நிறுத்தம் வந்தது.

அப்பாவின் கைகள் உதறி
முன்னோக்கி ஊருக்குள்
ஓடிச்செல்லும் அவளுக்காகவே

கட்டாத கூடொன்றிலிருந்து
கத்தாத குயிலின்
கூக்கூ ஓசை காற்றில்
மிதந்தபடியிருக்கிறது.

அலைவுறும் சிறு துயரம்

தவறவிடப்பட்ட
பெண்ணின் கைக்குட்டையொன்று
பிரிந்தும் பிரியாமலும்
காற்றின் போக்கில்
நகர்ந்துகொண்டிருக்கிறது
கைவிடப்பட்ட அபலைபோல.

சுமக்கவியலா
அலுவலகப் பணியின்போது
சுரந்து உறைந்த கண்ணீரையோ
வெளியில் சொல்லவியலா
குடும்ப வன்முறையொன்றின்
இயலாமையையோ
துடைத்தபடியிருக்கிறது
புரட்டிப்போடும்
புழுதிக்காற்று.

அதன் மூலையொன்றில்
கை வேலைப்பாடுகளுடன்
சிவந்து நீண்டிருந்த சிறு மலர்
இன்னொரு உள்ளங்கைக்கென
வானம் நோக்கி இறைஞ்சுகிறது

கே.ஸ்டாலின்

புதிய துயரொன்றின்
புதிய மகிழ்ச்சியொன்றின்
சாட்சியாய் இருக்கவேண்டி.

மங்கிக்கொண்டிருக்கும்
மாலையில் ஆடு மேய்த்து
திரும்பிக் கொண்டிருக்கும்
சிறுமியொருவள்
அடைக்கலம் தருகிறாள்
அச்சிறு துயரத்துக்கு.

கிழிந்த பாவாடையின்
இறுகிய நாடாவினோடு
இடுப்பில் செருகியபடி
உறங்கச் செல்லும் அவள்
மூத்திர நாற்றத்தோடு
புழுக்கைகளுக்கு மத்தியில்
புரளும் ஆடுகளுக்கு
பெண்களுக்கான பிரத்யேக
வாசனை திரவியம் கலந்த
மென் சுகந்த இரவொன்றை
பரிசளிக்கிறாள்.

தோற்றப் பிழை

உனது அண்மை
பிரவகிக்கும் போதல்லாம்
நுரையென
மேலொதுங்குகிறது
உனது இன்மை.

பருவம் எழுதிடும் புதிய பாடல்

நான்கு முனை சந்திப்பின்
அடர் மஞ்சள் மெர்குரி விளக்கை
மொய்த்திடும் ஈசல்கள்
இன்றில்லை.

மதுபான விடுதியின்
கடைசி வாடிக்கையாளனுக்கும்
பணிவிடை செய்துவிட்டு
சில்லறை குலுங்க
வீடு நோக்கி விரையும்
அச்சிறுவன் இன்று முன்புறம்
இரு கைகளையும்
கட்டிச் செல்கிறான்.

ஒழுங்குமுறை
விற்பனைக்கூடத்தில்
விளைபொருளைக் கையளித்து
கடைசி பேருந்தையும்
தவறவிட்ட இரு விவசாயிகளில்
ஒருவன் இழுத்த பீடி புகையுடன்
ஆலோசனை சொல்கிறான்
"உளுந்து போட்ரு மாப்ள...
பனியிலயே விளஞ்சிரும்..!"

எரிபொருள் நிரப்புக்கூடத்தின்
ஓரத்தில் அன்றையப் பயணத்தை
நிறைவுசெய்து நின்றிருக்கும்
மினி பேருந்தின் நடத்துனன்
அதனுள் இன்று உறங்கும் முன்
அனைத்து ஜன்னல்களையும்
கீழிறக்குகிறான்.

அம்மாவின் தோட்டத்தில்
ஆண்டு முழுக்க பேணிக்காத்த
சிறு டிசம்பர் செடியொன்று
இன்று நள்ளிரவு தனது
முதல் மொட்டொன்றை
முகிழ்க்கவிருக்கிறது.

ஊடலுக்குப் பின்பான
எனது சமாதான முயற்சியில்
வெறுப்புற்று முகம் திருப்பி
விடுவித்துச் செல்லும்
உனது கைகளின்
சில்லிடும் விரல் நுனிகளில்
தொடங்குகிறது
எனக்கான பனிக்காலம்.

காலி குடம் என்பது

வெப்பக் காற்றடிக்கும் வீதிகளில்
அலைந்து களைத்து
அடர் மரமொன்றின்
அடியில் இளைப்பாறுகிறான்
குடம் விற்பவன்.

வண்ணக்குடங்களடர்ந்த
அவனது இருசக்கர வாகனத்தை
ஒருமுறை வலம் வந்த
தாகமுற்ற காகமொன்று
குடமொன்றை
குனிந்து நோக்கியது.

கதைகளில் தாகம் தணித்த
கற்களாலும் பயனில்லை
என்றுணர்ந்து அலகினில்
கவ்விப் பறக்கிறது.

வற்றிய குளங்களின் கதைகளை
அதன் வறண்ட
சாம்பல் நிற தொண்டை
கரைந்துகொண்டிருப்பது.

காலி குடமென்பது
தண்ணீரோடு தொடர்புடையதல்ல
காலி குடமென்பது
தாகத்தோடு
வறட்சியோடு
லாரியோடு
சமயங்களில் அமைச்சர்களுக்கெதிரான
ஆயுதங்களோடு தொடர்புடையது.

ஒளிரும் துயரம்

தோழியின் கைபேசி எண் என
பள்ளி நாட்குறிப்பேட்டில்
குறித்து வந்த மோனிஷா
உறங்கும் முன்னர்
தனது பொம்மை
கைபேசியில்
தோழியைத் தொடர்புகொள்கிறாள்.

நாளை வரும்போது
பின்புறம் அழிப்பானுள்ள
பென்சில் எடுத்துவருமாறு
கட்டளையிட்டு பிறகு
சாப்பிட்டு தூங்குமாறு பணித்து
அணைத்து வைக்கிறாள்.

சதா சர்வ காலமும்
வளர்ந்த மனிதர்களின்

ஒப்பனை அன்பைக் கடத்தியபடி
தொலைவில் விண்முட்டி நிற்கும்
செல்பேசி கோபுரம்
பிஞ்சு விரல்கள் வழி கசிந்த
எளிய ஸ்நேகம் ஒன்றைக்
கடத்திடும் தொழில்நுட்ப
ரகசியம் தெரியாமல் திகைக்கிறது.

அதன் உச்சியில் சிவப்பென
ஒளிர்கிறது
இத்துயரத்தின் சிறு அடையாளம்.

அன்னை

தழையை
அரைத்துத் தின்று
இறந்து போனவளின்
பிள்ளைகள்
பின்னாளில்
கீரை சாப்பிட
நேரும்போதெல்லாம்
விரல் நுனிகளில்
சில்லிடுகிறது
அன்னையின் அடிவயிறு.

கே.ஸ்டாலின்

அந்தியில் வந்திடும் நான்காம் பாடவேளை

கேள்விகளுக்கு தலை தாழும்
கடைசியிருக்கை மாணவனவன்
எந்த ஆசிரியரின்
அணுக்க வட்டத்திலும் அவனில்லை.

எதிர்காலத்தில் என்ன ஆவாய்
என்ற அபத்தக் கேள்விக்கு
அவனிடம் பதிலில்லை.

நான்காம் பாடவேளைகளில்
ஜன்னல் வழி தெரியும்
சத்துணவுக்கூடமே
அவனது ஒரு நாளை
நிறைவு செய்யும்.

மற்றபடி அவனது வகுப்பின்
அழிப்பானுக்கு அவனே காவலாளி.

விளையாட்டுத் திடலில்
சக நண்பனுக்கு ஏற்படும்
சிறு காயத்துக்கும்
அவனது மிதிவண்டியே
அவசரகால நூற்றியெட்டு.

ஆசிரியர் வீடுகளில்
இறப்பென்றால் முன் நிற்பவனும்
விசேஷமென்றால்
தண்ணீர் குவளையுடன்
பந்திகளில் ஊடுறுபவனும் அவனே...

தாமதாய் விடுமுறை
அறிவிக்கப்பட்ட மழைநாளொன்றில்
சீக்கிரமே பள்ளிக்கு வந்துவிட்டவன்
மகிழ்ச்சியின் உச்சத்தில்
'ஆலுமா டோலுமா' வென
மூடிய வகுப்பறையின் முன்
மிதிவண்டியில் கணக்கின்றி
சுற்றிச்சுழல்கிறான்

என்றாலும்
அவன் அறிந்தே இருந்தான்
இன்று மாலை ஏழு மணிக்கு
வேலையிலிருந்து
அவனது அம்மா திரும்பும்
நேரம்தான் இன்றைய
அவனது நான்காம் பாடவேளை
முடியும் என்பதை.

கே.ஸ்டாலின்

பருவம் ஒரு செடி

முன்பொருநாள்
மழைக்கு ஒதுங்கிய
அவ்விடம் சிறு
கோயிலாகியிருந்தது.

மழையின் தடங்கள்
முற்றொழிந்த அவ்விடத்தில்
நனைந்த கைக்குட்டையை
உலர்த்திப்போட்ட
செடியொன்று இப்போது
வளர்ந்திருந்தது.

பருவத்தின் சாட்சியாய்
காற்றிலசையும் அதன்கீழே
நிழலென கவிந்திருந்தது
இல்லாத மழையின் குளுமை.

பின்பு ஒருநாளில்
இளைப்பாறவென
இதே இடத்தை நான்
தேர்ந்தெடுக்கும் வேளை
இலைகளுக்கும்
கிளைகளுக்குமிடையே
தேக்கி வைத்திருக்கக்கூடும்
இன்றைய வெய்யிலை.

பதியனிடப்படும் தேவ கணம்

வாரச்சந்தை தோறும்
யாரேனும் ஒரு பெண்மணி
தோளில் சுமந்த
ரோஜாச்செடியோடு
ஜனத்திரளிடையே
ஊர்ந்து வருகிறாள்.

காற்றிலாடும் ஒற்றை ரோஜா
மென்சுகந்த வண்ணத்தால்
வீதியின் புறங்களை
வருடி வருகிறது.

நாளின் அந்திமம் அதில்
சரியாக ஒரு பள்ளி வாகனம்
இவ்வீதியைக் கடக்கும்போது
ஆசிர்வதிக்கப்பட்ட அந்த
அற்புத கணத்தில்
ஜன்னல் வழி ரோஜாக்கள்
பரஸ்பரம் நலம்
விசாரித்துக்கொள்கின்றன.

அடுத்த ஆறு நாட்களுக்கு
வெறிச்சோடியிருக்கும்
அவ்வீதியில்
யாராலும் பறித்துவிடவியலா
பூக்களுடன் மெல்ல வளர்கிறது
அந்தரத்தில் பதியனிடப்பட்ட
அந்த தேவ கணம்.

DEAF AND DUMP

தான்
வன்புணர்வானதை
முதலில் அன்னையிடம்
அழுதபடிதான்
சொன்னாள் அச்சிறுமி.
அதன்பின்
ஊர்ப் பெரியவர்களிடம்
அரசு அதிகாரிகளிடம்
பெண் காவலரிடமென
அதே விஷயத்தை
திரும்பத் திரும்ப
சொல்ல வைக்கப்பட்டாள்.

குணமாகாத நோய் குறித்த
'அப்படியேதான் இருக்கு'
என்ற நோயாளியின்
சலித்த குற்றச்சாட்டுபோல
வலிய வார்த்தைகளையும்
உணர்ச்சிகளற்று
ஒப்பித்த அவள்
மூன்றாம் நாளிரவு
ஆழ்ந்துறங்குகிறாள்.

அனிச்சையென
அவள் உதடுகள்
அதே சம்பவத்தை
உச்சரித்துக்கொண்டிருப்பது
பார்க்கும் திறனும்
கேட்கும் திறனுமற்ற
கடவுளிடம்..!

வருகை

தாமதமாய்
வந்த மாணவன்
வகுப்பறைக்கு வெளியே
தயங்கித் தயங்கி
நிற்பதுபோல
மழைவிட்ட மரத்தின்
இலை நுனியில்
தொக்கி நிற்கிறது
தரை நோக்கி
பார்த்திருக்கும்
ஒற்றைத் துளி.

விடுமுறையின்போது இறந்து போனவள்

காலியாக உள்ளது
விடுமுறையின்போது
இறந்து போனவளின்
தேர்வறை இருக்கை.

அவளது பெயருக்கும்
அவளுக்கென பிரத்யேகமாக
அளிக்கப்பட்டுள்ள
தேர்வெண்ணிற்கும்
இடையேயான
மாத்திரை அளவின்
வித்தியாசமே
நிகழ்காலத்திற்கும்
இறந்தகாலத்திற்குமான
வித்தியாசமென்பது.

காற்றில்
படபடத்துக்கொண்டிருக்கும்
நுழைவுச் சீட்டில்
புன்னகைத்தபடியிருக்கும்
அதே முகம்தான்
அவளது இறுதியஞ்சலி
பதாகையை அலங்கரித்ததும்.

பின்னிருக்கைத் தோழி
பதற்றத்துடன்
நிமிர்ந்து நோக்கும்
கணம்தோறும்
தோன்றி மறைகிறது
இல்லாதவளின்
இரட்டைப் பின்னல்.

நெற்றியைத் தொட்டால்
விடை அ
மூக்கைத் தொட்டால்
விடை ஆ
உதட்டுக்கு விடை இ
முகவாய்க்கு ஈ என
ஆண்டு முழுக்க
தேர்வறையில் ஜாடையில்
பேசிக்கொண்ட
முன்னிருக்கைத் தோழிக்கு
ஒரு மதிப்பெண்
வினா முழுக்க வியாபித்திருப்பது
அவள் முகமே.

கால்கடுக்க நின்று கொண்டிருக்கும்
கண்காணிப்பாளருக்கு
தனது காலியிடத்தை
அமரத் தந்து
ஆசுவாசப்படுத்துவதும் அவளே.

இறுதியாக
தேர்வு முடிந்து
வெளியேறும் தோழிகளின்
வியர்வை கசிந்த முகங்களை
சில்லென அரவணைக்கும்
காற்றுக்கு என்ன
பெயரென்று நினைக்கிறீர்கள்..?
விடுமுறையின்போது
இறந்துபோனவளின்
அதே பெயர்தான்..!

(கொளுத்தப்பட்ட மாணவி ஜெயஸ்ரீக்கு)

கே.ஸ்டாலின்

வாரத்தின் எட்டாவது நாளில்

பகலில் உறங்கி
இரவில் விழித்திருப்பவனைக் கண்டு
குழம்பி நிற்கிறது
அவனது காலடியில்
நாயெனக் காலம்.

கிழமைகள் மறந்து போன
காலமொன்றில்
உறங்கி விழிக்கிறான்
வாரத்தின் எட்டாவது நாளில்.

குலைந்த ஒழுங்குகளுக்கிடையே
சரியாக பதினைந்தாவது நாளில்
தேய்ந்து வளரும் நிலவைக்
காண இயலாமல் தவித்து நிற்கிறார்
மூடிய கதவுகளுக்குப் பின்
கடவுள்.

கடைகளை அடைக்கச்சொல்லி
விரைந்து வருகிறார் தூரத்தில் காவலர்.

வாடாத பூக்களை
யாரேனும் வாங்கிவிட மாட்டார்களாவென
வாடிய முகத்துடன் மூதாட்டி.

ஒரே காட்டின் மூங்கில்கள்தான்
அன்று
வெள்ளத்தில் படகென
நம்மைச் சுமந்ததும்
இன்று
அதிகாரத்தின் கைகளால்
ஆசனவாய்களைச் சுவைத்ததும்!